Ang Mga Kakila-Kilabot Na Kwento Ng Aking Ama

Ang Mga Kakila-Kilabot Na Kwento Ng Aking Ama

ANG MGA KAKILA-KILABOT NA KWENTO NG AKING AMA
(FILIPINO EDITION)

Ang librong ito ay lisensiyado para sa personal na paggamit lamang. Para sa electronikong pormat, hiwalay na kopya ay kailangan bilhin para sa bawat taong gustong bahagian ng kwento. Ni ang may akda o ang may lathala ay hindi responsable sa pag-aalaga sa librong ito. Ilan o lahat ng mga materyal sa aklat na ito ay maaaring kathang-isip lamang at para sa mga layuning legal ay nararapat lamang na ang aklat na ito ay tratuhin bilang libangan lamang at hindi para sa pagtuturo.

Copyright © 2012 David Downie. Reserbado ang lahat ng karapatan.
ISBN: 978-1-922159-89-2
Isinalarawan ni: Tea Seroya

Bumisita sa website ng may akda: www.davidjdownie.com

Tingnan ang iba pang aklat ng may akda sa pahinang
Amazon **Best Selling** Author:
www.amazon.com/author/bestsellers

Inilathala ng: Blue Peg Publishing

Kung ang nabili mo ay ang bersyong ebook ng aklat na ito, mangyaring isaalang-alang din na bilhin ang naimprentang bersyon kung ikinatutuwa ng iyong pamilya ang pagbasa ng ebooks.

ANG AKING AMA

Gustong-gusto akong kwentuhan ng aking ama. Mga kakila-kilabot na kwento. Sa palagay ko, hindi naman talaga niya ako gustong kwentuhan ng mga kakila-kilabot na kwento. Gusto lang niya talaga akong kausapin. Naglakad ako sa aming likod bahay kasama ang aking ama at ipinakita niya sa akin ang mga halaman at nilalang na nakatira duon. Nagsimula na din siyang magkwento.

Mga kwentong kakila-kilabot.

Hinawakan niya ang aking kamay at itinuro ang mga kalabasa, ang mga patani, mga palaka at gagamba habang kinukwentuhan niya ako. Hindi gaanong malakas ang boses ng aking ama. Ang kanyang boses ay malumanay. Boses na inaasahan sa isang amang may mga magagandang kwento. Hindi katulad ng kanyang mga kwento. Ngunit hindi siya.

Hindi ko alam kung bakit puro kakila-kilabot na kwento ang gusto niya, malamang ay kasi nakakalbo na siya o kaya ay wala na talaga siyang ibang alam na kwento. Mahilig ang aking ama sa mga hindi magagandang salita. Minsan, mga bastos na salita at nagtatanong kay Hesus. Mahilig din siyang bumulong at paika-ika kung maglakad.

Sa kabilang banda, gustong-gusto siya ng mga hayop. At mga bata na rin. Palakaibigan siya sa mga bata at ganun na rin sa mga hayop, at ginugugol niya ang kanyang oras sa kanyang mga halaman. May tanim siyang mga bulaklak, mga halamang gumagapang, mga puno at pati na rin mga gulay. Hindi siya kumakanta habang siya ay nagtatrabaho ngunit palagi siyang nakangiti kung siya ay masaya, na palagi naman siyang ganoon - maliban na lang kung siya ay nasugatan, na madalas din namang mangyari.

Kapag siya ay malubhang nasaktan - karaniwan sa kanyang nakakalbong ulo, nakakapagsalita siya ng mga hindi magaganda at lagi niyang sinasabing "bloody" at iba pang hindi magagandang salita. Mukhang galit na galit na siya at mas lalo siyang nag-iika-ika. Sisimangot siya at hindi mo na nanaising marinig ang mga susunod pa niyang mga sasabihin. Gayun pa man, masipag talaga ang aking ama dahil ganun ang itunuro sa kanya ng aking lolo. Trabaho ang laging inaatupag ng aking ama, gayun din ng aking lolo.

Pagdating sa kanyang mga kwento, palagay ko ay hindi na napapansin, ngunit lahat ng kanyang mga kwento sa akin ay nagtatapos ng hindi maganda at ito'y kakila-kilabot. Nagsisimula itong napakaganda hanggang sa bigla niyang sasabihin na "Ah, naalala ko tuloy ang isang taong kilala ko…" bago niya sisimulang magkwento sa simula'y maayos at maganda ngunit nagtatapos sa kakila-kilabot na paraan.

Hindi naman ako sinasadyang takutin ng aking ama sa tuwing ako ay kanyang kinukwentuhan. Tingin ko nga rin ay hindi niya alam na kakila-kilabot ang kanyang mga kwento. Sa kanyang palagay, ito ay mga kwento lamang ng kanyang buhay, at bilang anak niya, akala niya ay interesado akong marinig ang mga kuwentong iyon.

Sapagkat lahat ng kanyang kuwento ay totoo. Hindi niya ito gawa-gawa lamang. Minsan nga habang ako'y nakahiga sa gabi ay naiisip ko ang mga ito. Kung lahat ng kwento ng aking ama ay totoo, paano na lang ang aking mga kwento? Ito rin ba'y kakila-kilabot?

Sa palagay ng aking ama ay hindi naman. Ganoon ang sinasabi niya sa akin tuwing ako ay natatakot na. Napapanatili niya ang kanyang kabaitan sa tuwing ako ay nakakaramdam ng takot at ako'y kanyang binabasahan ng mga kwentong galing sa mga librong hindi kakila-kilabot dahil na rin sa kadahilanang hindi niya sariling kwento ang mga iyon. Sa totoo, nakakabagot nga ang wakas ng mga kwentong iyon.

Ang kwento ng aking ama ang pinakamaganda sa lahat, kahit na ang mga ito ay kakila-kilabot.

ANG BATO SA DAAN

Sa tuwing kami ng aking ama ay namamasyal at mabigat ang daloy ng trapiko, ikikwento sa akin ng aking ama ang istoryang ito. Hindi ako nakakasiguro kung nakalimutan na ba niya na makailang beses na niya itong naikwento sa akin. Ngunit habang kami ay naghihintay na makausad, ito ay kanya na namang uulitin.

"Naalala ko nung minsan ako'y naabutan ng matinding trapiko," ito ang kanyang sasabihin. "Nung ako'y isang batang may magandang buhok, nagmamaneho ako sa bahaging Norte ng Toowomba upang makita ang iyong ina."

"Opo Ama," sagot ko habang nakatingin lang ako sa kanya.

At mula duon ay sasabihin na niya sa akin kung paano siya nagmaneho papunta sa kabundukan kung saan ang daan ay naging paliko-liko na parang ahas at kung paano siya nagpatakbo ng mabagal upang makasiguro na hindi siya makakasagasa ng taong nagbibisikleta na duon din nagtatago.

Minsan, nang siya'y bumisita sa aking ina matapos ang isang linggong pagtuturo sa mga bata, naging masyadong mabigat at mabagal ang takbo ng trapiko.

Sa huli ay tuluyan na itong huminto na naging dahilan upang tuluyang mabagot ang aking ama.

"Ano ito?" anggal ng aking ama habang kanya itong pinagmamasdan.

Napakabagal ng usad ng mga sasakyan, mga ilang metro lamang bawat sandali. Ito ang mga panahong wala pang mga telepono kaya wala siyang magawa kung hindi ang magreklamo at maghintay hanggang kami ay tuluyang umusad. Sampung minuto ang nakalipas, at hanggang sa ito'y naging dalampung minuto, sa wakas ay tuluyan na din kaming nakausad sa may kurbada kung saan din niya nakita ang isang pulis.

"Magandang araw Ginoong pulis," sabi ng aking ama na laging mabait sa mga pulis kahit na siya ay galit na galit.

"Alam niyo ho ba kung bakit mabigat at mabagal ang trapiko?"

"Oo naman," sagot ng mamang pulis. "Nagkaroon kasi ng aksidente diyan sa may unahan kaya kailangan niyo pa silang ikutan upang kayo ay makadaan."

Inilabas pa ng mabuti ng aking ama ang kanyang ulo upang ito ay makita pa ng mas mabuti. Tama nga ang pulis. Isang malaking bato ang nahulog mula sa bundok at siyang nakaharang ngayon sa aming kalsadang daraanan. Ito na ang pinakamalaking bato na nakita ng aking ama.

Kung titignan, mas malaki pa ito ng di hamak sa isang sasakyan.

"Huwaw!" sabi ng aking ama. "Napakalaking bato naman niyan!"

Dahan-dahang gumalaw ang mga sasakyan at inikutan ang malaking bato. Isa-isa, tinutulungan sila ng pulis upang makadaan. Hininto ng aking ama ang aming sasakyan hanggang sa dumating ang oras na kami na ang iikot sa bato.

Dito na nag-umpisang maging kakila-kilabot ang kwento. Dahil nga sa dahan-dahan ang aking ama sa pagdaan sa malaking bato, eto nga naman kasi ay mas malaki sa aming sasakyan, tulad ng kanyang inaasahan, sinilip niya ng malapitan at may nakitang isang di-pangkaraniwan na bagay.

Sa ilalim ng napakalaking bato ay matatagpuan ang isang manipis na tila nakaumbok na bagay, asul ang kulay. Mukhang isang pulgada ang kapal at mukhang naipit ito mula sa gilid.

"Ano naman kaya yan?" sabi ng aking ama sa kanyang sarili.

Nang kami ay makalampas sa bato, mga ilang pulgada pa lamang ay aming nakita na ang bagay na iyon ay dulo ng isang napisang ilaw ng sasakyan. At dahil duon, napagtanto na namin kung ano ang nangyari.

Mayroong sasakyan sa ilalim ng malaking bato.

May isang sasakyan sa harap lamang ng aming sinasakyan. At may mga sakay itong pasahero.

Sa isang sandali, sila ay nagmamaneho lamang. Siguro sila ay nagtatawanan pa o kaya ay pinag-uusapan nila ang kanilang mga problema (o maari rin naman wala silang ginagawa), nang biglang may isang napakalaking batong nahulog mula sa bundok at sila ay napisa sa kalsada.

Kasing nipis ng isang tinapay.

Lahat ay nangyari sa loob ng isang segundo lamang, o di kaya'y mas mabilis pa.

Kakila-kilabot talaga ito. Hindi siguro nila namalayan na ito'y mangyayari sa kanila. Mula sa pagiging tao ay nagmistula silang parang pinisang tinapay sa loob ng isang segundo, mas mabilis pa kumpara sa pagbasa mo ng pangungusap na ito.

"Hay nako," sabi ng aking ama, at siya'y nagmadaling lumayo.

At magmula nung araw na iyon ay palagi na niyang kinikwento ang pangyayaring iyon.

ANG EKSPERIMENTO SA AGHAM

Isang araw, sinabi ko sa aking ama na mahilig ako sa agham, at gusto ko talaga itong pag-aralan nung ako ay nasa haiskul pa.

"Ah agham," sabi ng aking ama. "May kakilala akong isang gurong nagtuturo ng agham."

Alam ko na agad na sisimulan na naman niyang magkwento sa akin. At siguradong ito ay kakila-kalabot na naman.

"Ganoon ba ama?" tanong ko. "Anong klaseng guro naman siya?"

"Ah, isa siyang mabuting tao," pag-alala pa ng aking ama. "Ang kanyang eksperimento sa agham lamang ang nagkaroon ng problema."

Ang aking ama kasi ay isang dating guro. At napakarami niyang kwento tungkol sa pagtuturo. Sa isa sa kanyang mga kwento, mayroong isang gurong hindi masyadong mabait ang nagtatabas ng kanyang damo, dun lang sa may baryo. Gamit niya ang isang pangtabas na mayroong malaki at napakatalas na talim na umiikot at pinuputol ang lahat ng mapunta sa ilalim nito.

Sa totoo lang, nahulaan ko kung saan patungo ang kwentong ito, kahit ako'y sampung taon pa lamang.

Itong mamang hindi gaanong mabait ay akyat baba sa burol na kanyang pag-aari, sa may damuhan at sa ilalim ng mga puno. Sumakay siya sa isang ahas at sinubukan ding sakyan ang isang ibon. Habang kanya itong ginagawa ay sabay din naman ang kanyang paghalakhak.

Iyon ang sabi ng aking ama.

Tulad ng inaasahan, nangyari ang kakila-kilabot, dahil talagang inaasahan ito. Tinanggal niya ang kanyang mga mata mula sa pagkakatingin sa lupa dahil sa kanyang wombat na hinahabol. Nakatama siya ng bato at tumaob ang pamutol ng damo na kanyang ginagamit. At tulad ng inaasahan, tinamaan ng mga malalaking talim ang kanyang hita na hindi talaga kanais-nais kahit sa isang taong hindi kabaitan dahil tuwang-tuwa pa naman siya sa mga ito.

"Bago pa dumating ang mga modernong kagamitan." Paliwanag pa ng aking ama.

Ito rin ay bago pa magkaroon ng mga cell phone, kaya ang mamang makapal ang balbas, na hindi gaanong mabuti (ngunit hindi rin naman marapat na maputol ang kanyang mga hita) ay nanatiling nakahandusay habang humihingi ng tulong umaasang hindi niya ito ikamatay.

Swerte namang bumisita ang kanyang asawa at napatay niya ang pangtabas ng damo. Dinala rin siya nito sa hospital kung saan nasagip naman ang kanyang buhay, ngunit hindi ang kanyang mga binti.

At ang partikular na kakila-kilabot dito ay, dahil sa pangyayari, hindi na makalakad ang guro kailan pa man matapos mapilas ang kanyang hita dahil sa paghabol sa isang wombat. Sa halip, kinailangan siyang bilhan ng upuang de gulong at yun ang ginamit niya upang makapunta sa paaralan. Ginawaan pa siya ng espesyal na rampa upang kanyang magamit.

Ang nakakatawa dito, ayon sa aming ama ay matapos ang pagkapilas ng hita ng mamang may makapal na balbas at hindi kabaitan ay naging daan ito upang siya ay magbago, na nalaman ang kahalagahan ng buhay matapos ng nangyari sa kanya.

Inisip ng aking ama na ito talaga ay nakakatawa.

Ngunit mabalik sa guro sa agham ng aking ama. Hindi katulad ng mamang naaksidente sa pantabas ng damo, ang gurong ito ay gusto ng aking ama at ng lahat ng tao dahil sa mga eksperimentong kanyang ginagawa. Pumuputok, tumutunog at lumilikha ng makukulay na kislap. Lahat ng mga bata sa ibang klase ay nagseselos.

Sa isang partikular na okasyon, ang gurong ito ay nagpamalas ng matinding pagsisikap upang maitayo ang basong panglaboratoryo sa harap ng kanyang mesa na nasa harap ng silid aralan, kasama ng iba pang mga gamit panglaboratoryo na may lamang makukulay na kemikal.

"Magtipon kayong lahat mga bata," sabi ng guro.

"Isa itong kahanga-hangang eksperimento na ipapaalam niyo sa inyong mga kaibigan at kapamilya habang buhay!"

At sila nga ay nagtipon. Mayroong mga batang malalaki, maliliit, pangit at mga palangiting mga bata. Ang ibang mga bata ay napatawa sa pag-iisip sa isang eksperimentong kikislap, hindi tulad ng iba na hindi gaanong nakakawili at minsan mas gusto pa nilang matulog na lamang.

Si Jaime ay siguradong interesado. Siya ay maliit at medyo mataba at siya ay nagmadali upang makapunta sa harap upang masilip niya ang eksperimento.

Sinalinan ng guro ng isang berdeng kemikal ang basong panglaboratoryo, sinundan ng isang pulang likido. Isang asul na apoy ang nabuo sa ilalim na siya ding naging dahilan upang magkaroon ng mga bula. Una mabagal, hanggang sa bumilis at lumaki ng lumaki.

"Ano po ang mangyayari, Sir?" tanong ng isang maliit na bata, tila may bahid ng takot.

"Ah," sagot ng guro. "Kung titignan mo, ang pulang kemikal ay…"

At nangyari nga ang hindi magandang bagay. Tulad ng aking inaasahan.

Pagkatapos nga naman ng lahat, wala naman talagang kwentong masaya ang aking ama.

Sumabog ang basong panglaboratoryo.

Sumabog ito ng ubod ng lakas na kahit ang punong guro, na tatlong gusali ang layo mula sa silid ay narinig ito at itinumba pa ang kanyang tsaa.

Sumabog ito nang may malakas na pwersa na si Rex, matangkad at mahiyain, ay tinamaan ng mga bubog sa kanyang tiyan. Lumikha ito ng malalaking sugat sa gitnang bahagi ng kanyang katawan na kinailangan niyang madala sa hospital upang mailigtas ang kanyang buhay.

At para kay Jaime, na siyang nakatingin sa pinakaharap upang makita ng mabuti ang eksperimento ay namatay kasama ng guro nang nasabugan ang kanyang ulo.

Kakila-kilabot talaga.

Ang kwentong iyon mula sa aking ama ang siyang naging dahilan upang magbago ang aking isip at umayaw sa pag-aaral ng agham.

ANG MATA AT ANG PATPAT

Gustong-gusto ko talagang maglaro sa labas. Halos lahat ng batang lalaki ay iyon ang gusto. Gamit ko ang aking bisikleta sa pamamasyal sa aming lugar habang ako'y naghahanap ng mga pagong, butiki at paggawa na rin ng mga kapilyuhan na ayos lang naman sa aking ina basta't ako'y nasa bahay na nang alas-sais. Isang bagay na ayaw lang ng aking ina ay kapag ako ay nasaktan, tulad nung nasugatan ang aking mata sa paggawa ng bombang gawa sa putik upang gawing patibong sa aking kapatid.

Hindi iyon nagustuhan ng aking ina.

"Mahalaga ang iyong mga mata David," sabi ng aking ina habang pinupunasan niya ang putik gamit ang isang tuwalya.

Ang aking ama, siyempre ay hindi ako sinabihan na importante ang aking mga mata. Sa halip ay nagkwento na naman tungkol sa mata ng mga taong kilala niya.

Mga kwentong kakila-kilabot.

Kwentong tulad nung siya ay guro pa lamang at nagpunta sa isang kamping. Nagpunta siya sa isla ng Moreton kasama ang isang grupo ng mga bata. Naka-bingwit sila ng lantsa at nakakita ng pating at sila ay nagkamping sa may dagat. Nalibang naman silang lahat at nakakain pa ng libreng chicheria na galing sa isang isla.

Naging hindi lang maganda ang kwento nang sila ay naglakad sa kagubatan. Maraming linta kung saan-saan at kahit hindi naramdaman ng isang bata, may dumikit sa kanyang mukha.

Wala naman talagang kaso, isang maliit na linta lang iyon. Masyado silang maliit na pwede mo itong pitikin gamit ang iyong daliri.

Nagkaroon lang ng problema dahil ang maliit na linta ay gumapang mula sa kanyang mukha papunta sa kanyang mata habang sila ay naglalakad sa isla ng Moreton.

Sa sobrang liit, hindi niya ito napansin.

Ang problema sa mga maliliit na linta ay sa oras na nagsimula na itong sumipsip ng dugo, lalaki ang mga ito. Karaniwan, yun lang ang paraan kung paano sila makikita. Kapag malaki na sila.

Puno ng iyong dugo na sinipsip nila gamit ang kanilang mga pangil.

Upang matanggal, kailangan mong maglagay ng asin at ito'y hilahin at sumigaw. Sa totoo, laging may sigaw na kasama. Nakakatakot talaga ang mga linta.

Ngunit hindi pa yun ang kakila-kilabot na parte ng kwento. Ang talagang nakakatakot ay nang pumasok at nagpunta ang linta sa loob ng kanyang mata. Sa likod ng kanyang mata.

At tulad ng inaasahan, pagdating niya duon ay ginawa na niya ang ginagawa ng mga linta. Sinipsip niya ang dugo ng munting bata na naging dahilan ng kanyang pagtaba. Matabang-mataba.

Hindi na kasya ang isang matabang linta sa pinasukan ng isang payat na linta.

Ang isang matabang linta ay hindi na kasya sa mata ng bata.

Sa katunayan, naging balisa ang bata habang mas lumalaki ang linta sapagkat ang linta ay nasa likod ng kanyang mata. Malapit sa kanyang utak.

Hindi yun ang lugar kung saan karaniwang napupunta ang mga bagay. Lalo na ang matatabang bagay.

Ngunit kung iniisip mo na balisa ang bata habang lumalaki ang linta, narinig mo sana kung gaano kalakas ang kanyang sigaw nang sabihin ng guro na nakikita niya ang linta sa likod ng kanyang mata ngunit masyadong malaki upang tanggalin.

Nakulong ang linta sa likod ng mata ng bata katabi lamang ng kanyang utak.

Isang matabang linta.

Nakakatakot talaga. Ang batang sumisigaw ay kinailangan pang dalhin sa hospital upang ma-operahan ang kanyang mata.

Nakaligtas siya. Ngunit kakila-kilabot talaga.

Siyempre, hindi pa iyon ang pinaka kakila-kilabot na kwento tungkol sa mata na galing sa aking ama. Lagi siyang may isa pang kwento. Ang pinaka kakila-kilabot na kwento niya tungkol sa mata ay kinasasangkutan ng isang batang lalake na naglalaro kasama ang kanyang mga kaibigan. Ang kaibigang iyon ay ang aking ama.

Ang batang iyon at ang aking ama ay naglalaro sa kalsada ng Newcastle, kung saan lumaki ang aking ama. Iyon din ang parke kung saan nahanap ng kapatid ng aking ama na si Megsie ang isang putol na daliri. Ayon sa aking ama, inuwi niya iyon at nilagay sa kahon na posporo. Nandiri ang kanilang ina kaya ito ay kanyang itinapon.

Kakila-kilabot.

Naglalaro sa parke ang batang lalake at ang aking ama. Sila ay nagkakatuwaan, tumatawa, sinusunggaban ang isa't-isa at binabangga at kung kung anu-ano, tulad ng dapat gawin ng mga bata.

Tumatakbo ang kaibigan ng aking ama nang biglang nadaanan niya ang isang puno at natusok ng isang sanga ang kanyang mata.

Wala namang kaso. Nasundot lang naman. Walang gustong matusok sa mata, ngunit maliban sa pamumula ng mata, nagawa pa rin ng kaibigan ng aking ama na maglaro hanggang sa sabihin niyang gusto na niyang umuwi.

Gabi na nang magreklamo siya sa kanyang ina na medyo malagkit na ang kanyang mga mata at palagi na siyang kumukurap.

Nabahala ang kanyang ina, tulad ng mga mabubuting ina. Sinabihan niya ang kanyang anak na matulog muna at kinabukasan ay pupunta sila sa doktor kung ganun pa rin ang kanyang pakiramdam.

At natulog nga ang kaibigan ng aking ama tulad ng sabi ng kanyang ina at maghintay kinabukasan kung ganoon pa rin ang kanyang pakiramdam. Pagdating ng umaga, ganoon pa rin. Mas malala pa ng kaunti.

Dahil habang siya'y natutulog, natuyuan ang kanyang mga mata. Ang natira na lamang ay isang butas kung saan dating nakalagay ang kanyang mata.

Talagang kakila-kilabot.

Na kung saan, ayon sa aking ama, lahat ay masaya at laro lamang hanggang may isang mawalan ng mata.

Yun din ang dahilan kung bakit sa tuwing ako ay magigising, palagi kong tinitignan ang aking mga mata kung ang mga ito ba'y natuyuan rin.

ANG BATANG LALAKE AT ANG BINTANA NG BUS

Alam mo ba yung mga panahong inilabas mo ang iyong kamay sa bintana ng kotse at pagsasabihan ka ng iyong ama na ipasok ito upang ikaw ay hindi masaktan?

Maaaring ang ama mo iyon, ngunit ang aking ama ay tatawa lamang at nagkwento nung ginawa ko iyon.

Oo, ngayon ay maiisip mo na kung anong klaseng kwento ito. Sa tuwing ako ay may gagawin na nagiging dahilan ng pagkwento ng aking ama, hindi ko na ito ginagawang muli.

Ng kaagad-agad.

Dahil sa kanyang mga kakila-kilabot na kwento. Ayaw kong matulad sa isa man sa kanila.

Ngunit sa kwentong ito, walang nakapagbigay ng babala sa kanya. Isa lamang siyang batang maliit sa paaralan ng aking ama. Sabay silang sumakay ng bus, na gustong-gusto naman niya dahil ang bus na iyon ay pag-aari ng kanyang ama.

Kaya sa tuwing sila ay nasa bus, pakiramdam ng bata ay napakaimportante niya.

Isang araw, kung kailan sinabi ng aking ama ang kwentong ito, ang aking ama at ang batang ito ay pasakay ng bus matapos ang oras ng klase. Gaya ng dati, ipinagmamalaki ng batang ito na makasakay sa kanilang bus. Tinutulungan pa niya ang kanyang ama upang malampasan ang mga karatula.

"Gaano pa kalayo, anak?" tanong ng kanyang ama mula sa harapan ng bus.

Inilabas ng bata ang kanyang ulo – noong mga araw na iyon ay pwede mo itong gawin at makakakita ka ng mabuti.

"Maluwang pa po!" malakas na pagsagot ng bata upang kahit ang ibang mga bata ay marinig din siya.

"Mabuti naman," sabi ng kanyang ama bago niya ibinaba ang kanyang paa sa silinyador.

Naputol ang leeg ng bata nang ito ay tumama sa karatula, na mas malapit pa sa inaakala nang bata o nang kanyang ama.

Kakila-kilabot.

Isa na ang aking ama sa mga batang tumakbo at nagsisigaw nang gumulong ang patay na bata sa upuan. Ang kanyang mga mata any namamaga at nakabaluktot ang kanyang leeg.

Iyan ang dahilan kung bakit hindi ko na inilalabas ang aking ulo sa bintana ng kotse.

ANG IBON KONG SI EATS

Matagal nang kinukulit ng aking kapatid na si Jane ang aming ama. "Pwede ba, ama?" tanong niya. "Pwede ba?"

Siyempre sa huli, pwede. Dahil ang aming ama ay isang mabuting ama. Ngunit, bilang aming ama, hindi siya pupunta sa bilihan ng mga kulungan upang bumili. Sa halip ay gumawa ito ng kulungan-isang pugad-gawa sa kahoy at balahibo ng manok.

Napakaganda talaga.

Siyempre, lahat kami ay may kanya-kanyang ibon. Ang aking kapatid na si Roberto, na tumulong sa aking ama upang magawa ang kulungan ay gusto ng pabo at hindi ito nakuha. Si Jane, na hindi tumulong, gusto ng paboreal, hindi rin niya ito nakuha.

Sa huli, lahat kami ay nakakuha ng ibon ng pag-ibig.

Magagandang ibon naman ang mga ibon ng pag-ibig. Maganda ang tunog ng huni, tumatalon, lumilipad at lumulukso. Maari mo itong paupuin sa iyong mga daliri at kung minsan, kusa nila itong ginagawa.

Nagkaroon ako ng dilaw na ibon. Pinangalanan ko siyang Eats. Hindi ko alam kung bakit yun ang napili kong pangalan pero siya ay akin at mahal na mahal ko siya. Lagi kaming magkasama, yun ay kung hindi ko kasama ang aso kong si Jacko.

Kapag ako ay ay lumalapit sa kanyang kulungan, ako'y kanyang sinusundan at nagpapakamot ng ulo, na lagi ko namang pinagbibigyan.

Nagkaroon pa nga siya ng mga anak at ang mga ito'y kanyang inalagaan mula nang sila ay kulay rosas pa lamang hanggang sila ay maging asul at berde habang sila ay tumatanda.

Makailang beses na rin nag-aalaga ng kanyang pamilya si Eats hanggang siya ay tumanda na.

Nanghina.

Wala na rin ang kanyang kalakasan.

Hindi naman ako nabahala. Kaibigan ko pa rin siya at masaya pa rin kaming naglalaro pagkauwi ko galing sa paaralan.

Maliban na nga lang nang ako'y umuwi isang araw. Wala na si Eats.

"Nasaan si Eats?" paiyak kong tanong. Narinig ako ng aking ama na nasa salas. Lumapit siya sa akin at pinaupo ako. Mayroon siyang bagong kwento. Kwento na mula lamang sa araw na iyon.

Ako'y nalungkot bago pa man siya nagsimula. Alam ko na ang mga kwento ng aking ama.

Ang kwentong ito ay tungkol sa aking ama na naawa kay Eats. Wala na siyang mga balahibo at inuubos na ng mga pulgas.

"Masyado na talaga siyang matanda, David," sabi niya. "Para din yun sa ikabubuti niya."

Napaiyak na lang ako habang iniisip ko ang aking alaga na sa huling pagkakataon ay tumalon sa kamay ng aking ama.

Sinakal na lang siya ng aking ama upang siya ay matahimik na.

Napakasama talaga. Ngunit hindi kasing sama ng aking iniisip. Kahit sa aking pagdadalamhati, naisip ko rin na mas mabuti ito kay Eats kaysa tuluyang makalbo at kainin ng kung anu-anong pulgas.

Ang hindi ko lang alam, na lumabas lamang pagkatapos nang ilang taon ay kung ano talaga ang buong kwento. Sinabi sa akin ng aking ama kung ano talaga ang naganap.

"Lumuha ako nung sinakal ko si Eats, David. Hindi ito naging madali."

"Hindi, inaasahan ko talagang hindi iyon naging madali." Sabi ko sa aking ama. "Siya ay aking kaibigan at ako ay talagang nalulungkot."

"Hindi iyon ang ibig kong sabihin," sabi ng aking ama. "Hinda pa siya namamatay kaya kinailangan kong gawin iyon."

"Ang hindi maganda duon ay naputol ang kanyang ulo sa aking mga kamay."

Alam mong ito ay kakila-kilabot kapag ito ay inamin ng aking ama.

Hindi ko maipaliwanag ang aking naramdaman nang maisip ko na sinakal ng aking ama ang aking alaga upang hindi na ito mahirapan.

Iyon ang dahilan kung bakit lagi kong tinatanggihan ang tulong ng aking ama pagdating sa mga bagay na iyon.

ANG TUSUKAN NG BABAYARIN

Ang naging resulta ng pakikinig ko sa mga kwento ng aking ama buong buhay ko ay ang pagkakaiba ko ng pananaw sa mga bagay-bagay na hindi tulad ng ibang bata. Una ko munang tinitingnan ang nakakatawang parte.

Sa araw ng kwentong ito, ako ay nasa maliit naming bahay sa maliit na kalye kung saan kami ng aking pamilya ay laging naroroon.

Naglilinis ang aking ama, na iyon naman ang kanyang malimit na gawin at inilalagay sa ayos ang lahat at pinapatay ang mga ilaw. Ayaw niyang nagsasayang ng kuryente.

Ang aking ama ay nagpupunta sa bawat kwarto, sumisipol, naglilinis at pinapatay lahat ng ilaw at siya ay nakarating sa mesa ng aking ina. Nakita niya ang isang malaking tusukan ng babayarin na kung saan naroon ang mga hindi pa nabayaran.

Ngayon, hindi niya ito masyadong inisip dahil sa puntong ito, hindi niya alam na siya mismo ang nasa kwento. Kung nalaman lamang niya ay siguradong siya ay mag-iingat.

Ngunit hindi.

At, nang siya ang nakakita ng barya sa sahig malapit sa mesa, agad niya itong pinulot.

Nang buong lakas.

Buong lakas siyang yumuko sa may mesa. Sa kasamaang palad, hindi niya masyadong natantya ang distansya sa pagitan ng kanyang ulo at sa tusukan ng mga babayarin dahil siguro nasugat ng aming ina ang kanyang mata nuong sila ay nagpunta sa New Zealand.

Sa kung ano pa mang dahilan, tumama ng buong pwersa ang kanyang ulo. Sa sobrang lakas, kung ang kanyang mga mata ang tinamaan ay malamang napunta ito sa kanyang utak at mula sa kanyang salita, alisin na sa paghihirap.

Ngunit hindi naman. Tinamaan siya sa noo, malapit kung saan nauubusan na siya ng buhok.

40

Ito ay isang malaking dagok para sa aking ama, na hindi sanay na siya ang bida sa sarili niyang mga kwento.

"Ahhhhhh!" napasigaw siya sa takot.

Nakakatakot naman kasing magkaroon ng isang bagay sa ulo mo.

"Ahhhhhh!" iyak na naman niya habang hinahawakan ang tusok na nasa ulo niya.

"Ahhhhhh!" sigaw niya habang siya ay tumatakbo dahil nakita niya ang papel ng telepono sa harap mismo ng kanyang mata.

"Ahhhhhh!" sigaw pa ulit niya at kami'y kanyang dinaan, wala naman kasing nakakaalam sa amin kung ano ang nangyari sa kanya.

Hanggang sa may mahulog mula sa kanyang ulo.

Oo, nakakatakot ito. Ngunit para sa isang paslit na katulad ko, na makailang beses nang nakarinig ng mga kwento niya at tingin ko ito'y normal lamang, nakakatakot pero nakakatawa. Lalo na nung sa huli ay wala naman talagang masamang nangyari sa kanya at nagkaroon lamang siya ng gasgas.

Siguro ay naging katulad na ako ng aking ama.

Dahil ngayon, kwento ko na ito at nagsimula ko na itong ikwento sa lahat na may ngiti sa aking mukha.

Kasama ka na.

Made in the USA
Monee, IL
23 August 2025